CÀ PHÊ CÓ GIA VỊ VÀ PHA TẠI NHÀ

100 CÔNG THỨC Ủ TẠI NHÀ

Duyên Mộng

Tuyên bố miễn trừ trách nhiệm

Thông tin trong Sách điện tử này nhằm mục đích phục vụ như một tập hợp toàn diện các chiến lược mà tác giả của Sách điện tử này đã thực hiện nghiên cứu. Các bản tóm tắt, chiến lược, mẹo và thủ thuật chỉ được tác giả đề xuất và việc đọc Sách điện tử này sẽ không đảm bảo rằng kết quả của bạn sẽ phản ánh chính xác kết quả của tác giả. Tác giả của sách điện tử đã thực hiện mọi nỗ lực hợp lý để cung cấp thông tin cập nhật và chính xác cho người đọc sách điện tử. Tác giả và các cộng sự của nó sẽ không chịu trách nhiệm về bất kỳ sai sót hoặc thiếu sót vô ý nào có thể được tìm thấy. Tài liệu trong Sách điện tử có thể bao gồm thông tin của bên thứ ba. Tài liệu của bên thứ ba bao gồm các ý kiến được bày tỏ bởi chủ sở hữu của chúng. Do đó, tác giả của Sách điện tử không chịu trách nhiệm hoặc nghĩa vụ pháp lý đối với bất kỳ tài liệu hoặc ý kiến của bên thứ ba nào. Cho dù do sự phát triển của Internet hay do những thay đổi không lường trước được trong chính sách của công ty và nguyên tắc gửi bài xã luận, những gì được nêu là thực tế tại thời điểm viết bài này có thể trở nên lỗi thời hoặc không thể áp dụng được sau này.

MỤC LỤC

GIỚI THIỆU

Tại sao chúng ta lại yêu thích cà phê đến vậy? Chà, ngoài việc nó siêu ngon!

Một tách cà phê bốc khói là thứ đầu tiên mà hàng triệu người hướng tới mỗi buổi sáng và có vô số lý do khiến những người này làm như vậy hàng ngày. Chất caffeine trong đó đóng hai vai trò giải thích lý do tại sao mọi người uống cà phê. Đầu tiên, caffeine trong cà phê giúp máu lưu thông và khiến họ cảm thấy tràn đầy năng lượng. Những người làm việc vào buổi sáng sớm có xu hướng uống cà phê để giúp họ vượt qua ngày làm việc.

Một lý do khác khiến người ta uống cà phê là vì nó gây nghiện. Có nhiều chất hóa học trong cà phê có đặc tính gây nghiện và caffeine là chất chính. Việc cai caffeine có thể gây đau đầu và khó chịu và nhiều người không muốn từ bỏ cà phê.

Cà phê đã trở thành một thức uống mang tính xã hội và có mức độ phổ biến tương tự như rượu. Buổi sáng tại quán cà phê địa phương là nơi để đi chơi với bạn bè hoặc gặp gỡ bàn chuyện kinh doanh. Mọi người có xu hướng uống cà phê tại những buổi tụ tập này dù họ có thích hay không, điều này cuối cùng giúp họ phát triển sở thích về nó và sau đó nó trở nên gây nghiện.

Những người uống cà phê nói rằng họ uống cà phê để thư giãn. Mặc dù điều này có vẻ giống như một nghịch lý vì cà phê là một chất kích thích, nhưng một tách cà phê nóng đã khử caffein hoặc đối với một số người, ngay cả cà phê thông thường cũng có thể thư giãn các giác quan và giúp họ thư giãn và xoa dịu thần kinh. Các nhà nghiên cứu cho rằng tác dụng xoa dịu là do sự kích thích các giác quan, hỗ trợ khả năng sáng tạo và kích thích tinh thần, từ đó giúp một số người bình tĩnh lại.

CÀ PHÊ ĐÁ

1. Mochacchino đá

Thành phần:

- 1/2 cốc espresso đã pha, để lạnh
- 6 muỗng canh si-rô sô-cô-la
- 1 muỗng canh đường
- 1/2 cốc sữa
- 1 cốc kem vani hoặc sữa chua đông lạnh
- 1/4 cốc kem đặc, đánh bông nhẹ

Hướng

a) Cho cà phê espresso, xi-rô sô-cô-la, đường và sữa vào máy xay sinh tố rồi trộn đều.

b) Thêm kem hoặc sữa chua vào và trộn cho đến khi mịn.

c) Đổ hỗn hợp vào hai ly đã ướp lạnh và phủ lên trên mỗi ly một lớp kem đánh bông và sô cô la cuộn hoặc một lớp quế hoặc ca cao.

2. Cà phê đá hạnh nhân

Thành phần:

- 1 cốc cà phê pha đặc
- 1 cốc sữa gầy
- 1/2 muỗng cà phê chiết xuất vani
- 1/2 muỗng cà phê chiết xuất hạnh nhân
- 1 muỗng cà phê đường
- Quế để trang trí
- tráng miệng

Hướng

a) Kết hợp 1 cốc cà phê pha đặc với 1 cốc sữa gầy, chiết xuất vani, chiết xuất hạnh nhân và đường.

b) Đổ vào ly đầy đá 2 - 10 ounce

c) Trang trí với quế.

3. Cà Phê Quế Đá

Thành phần:

- 4 cốc cà phê đậm đặc (dùng 2 đến 4 thìa cà phê hòa tan cho 1 cốc Nước sôi
- 1 thanh quế 3 inch, bẻ thành từng miếng nhỏ
- 1/2 cốc kem nặng
- Xi-rô cà phê có nhiều hương vị. Vani sẽ bổ sung cho quế.

Hướng

a) Đổ cà phê nóng lên miếng quế; đậy nắp và để yên khoảng 1 giờ.

b) Loại bỏ quế và khuấy đều trong kem. Thư giãn thật kỹ.

c) Để phục vụ, đổ vào ly đầy đá. Khuấy lượng Xi-rô Cà phê mong muốn.

d) Nếu muốn, hãy lên trên với kem đánh bông ngọt và rắc quế xay. Sử dụng que quế làm máy khuấy.

4. Cà phê đá

Thành phần:

- 2 cốc cà phê espresso đã pha
- 1/4 cốc đường
- 1/2 muỗng cà phê quế xay

Hướng

a) Trong chảo trên lửa vừa, đun nhỏ lửa cho tất cả nguyên liệu hòa tan.

b) Đặt hỗn hợp vào đĩa kim loại, đậy nắp và để đông trong ít nhất 5 giờ, khuấy hỗn hợp đông lạnh bên ngoài vào trung tâm cứ sau nửa giờ, cho đến khi cứng lại nhưng không đông cứng.

c) Ngay trước khi ăn, dùng nĩa cạo hỗn hợp để làm sáng kết cấu. Làm 4 (1/2 cốc) khẩu phần.

5. Cafe Đá Âu Lait

Thành phần:

- 2 1/4 Cà phê mới pha lạnh
- 2 cốc sữa
- 2 cốc đá xay
- Đường để hương vị

Hướng

a) Trộn tất cả các thành phần trong máy xay.

b) Thêm đường và tiếp tục trộn cho đến khi nổi bọt.

c) Đổ đá lên

d) Phục vụ ngay lập tức.

6. Cà phê đá kem

Thành phần:

- 1 cốc cà phê đậm đặc ướp lạnh
- 2 thìa tròn Đường bánh kẹo
- 3 cốc đá cắt nhỏ

Hướng

a) Trộn cà phê, đường và đá

b) Trộn cho đến khi kem

7. Cà phê gia vị đá

Làm được 4 cốc

Thành phần

- 1/2 cốc cà phê xay thô
- 4 cốc nước nhiệt độ phòng
- 1 thanh quế
- 1 hạt nhục đậu khấu, đập vỡ
- Sữa hoặc kem, để phục vụ
- Mật ong hoặc đường, để phục vụ

Hướng

a) Xay cà phê thô. Dùng vồ đập nhẹ thanh quế và cả hạt nhục đậu khấu.
b) Trong một thùng chứa lớn, thêm cà phê và gia vị và nhiệt độ phòng hoặc nước hơi ấm. Khuấy đều và để yên trong ít nhất 4 giờ hoặc lý tưởng nhất là qua đêm.
c) Lọc cà phê bằng máy ép kiểu Pháp hoặc để cà phê chảy qua bộ lọc.
d) Đổ cà phê lên trên đá và thêm một ít chất làm ngọt và/hoặc kem hoặc sữa

nếu bạn muốn. Tuy nhiên, nó cũng có màu đen tuyệt vời!

CÀ PHÊ CÓ RƯỢU

8. cà phê rượu rum

Thành phần:

- 12 oz. Cà phê xay tươi, tốt nhất là sô cô la bạc hà hoặc sô cô la Thụy Sĩ
- 2 oz. Hoặc hơn 151 Rum
- 1 muỗng lớn kem đánh bông
- 1 oz. Kem Ailen Baileys
- 2 muỗng canh xi-rô sô-cô-la

Hướng

a) Cà phê xay tươi.

b) Pha.

c) Trong một cốc lớn, đặt 2+ oz. trong số 151 rượu rum ở phía dưới.

d) Đổ cà phê nóng vào cốc 3/4 chiều lên.

e) Thêm kem Ailen của Bailey.

f) Khuấy.

g) Phủ kem tươi đánh bông lên trên và rưới xi-rô sô-cô-la lên trên.

9. Cà phê Ailen Kahlua

Thành phần:

- 2 oz. Kahlua hoặc rượu mùi cà phê
- 2 oz. Rượu whisky Ailen
- 4 cốc cà phê nóng
- 1/4 cốc kem đánh bông, đánh bông

Hướng

a) Đổ một nửa ounce rượu mùi cà phê vào mỗi cốc. Thêm nửa ounce rượu whisky Ailen vào mỗi loại

b) tách. Đổ cà phê nóng mới pha vào, khuấy đều. Muỗng hai đống

c) một thìa kem đánh bông lên trên mỗi cái. Dùng nóng nhưng không nóng đến mức làm bỏng môi.

10. Cappuccino Ailen của Bailey

Thành phần:

- 3 oz. Kem Ailen của Bailey
- 5 oz. Cà phê nóng -
- Topping tráng miệng đóng hộp
- 1 chút hạt nhục đậu khấu

Hướng

a) Đổ kem Ailen của Bailey vào cốc cà phê.

b) Đổ đầy cà phê đen nóng. Phủ một lớp topping tráng miệng lên trên.

c) Phủ lên trên món tráng miệng một chút hạt nhục đậu khấu

11. Cà phê Brandy

Thành phần:

- 3/4 cốc cà phê đậm đặc nóng
- 2 ounce rượu mạnh
- 1 muỗng cà phê đường
- 2 ounce kem nặng

Hướng

a) Đổ cà phê vào cốc cao. Thêm đường vào và khuấy đều để hòa tan.

b) Thêm Brandy và khuấy lại. Đổ kem lên mặt sau của một thìa cà phê trong khi giữ nó, cao hơn một chút so với mặt trên của cà phê trong cốc. Điều này cho phép nó nổi.

c) Phục vụ.

12. Kahlua và sốt sô cô la

Thành phần:

- 6 tách cà phê nóng
- 1 cốc si-rô sô-cô-la
- 1/4 cốc Kahlua
- $\frac{1}{8}$ thìa cà phê quế xay
- Kem đánh

Hướng

a) Kết hợp cà phê, xi-rô sô cô la, Kahlua và quế trong một thùng chứa lớn; khuấy đều.

b) Phục vụ ngay lập tức. Phủ kem tươi lên trên.

13. Rượu cà phê tự làm

Thành phần:

- 4 cốc đường
- 1/2 cốc cà phê hòa tan - dùng nước lọc
- 3 cốc nước
- 1/4 muỗng cà phê muối
- 1 1/2 cốc Vodka, độ bền cao
- 3 muỗng canh vani

Hướng

a) Kết hợp đường và nước; đun sôi cho đến khi đường tan. Giảm nhiệt để đun sôi và đun nhỏ lửa 1 giờ.

b) HÃY LÀM MÁT.

c) Khuấy vodka và vani.

14. Cà phê Brandy Kahlua

Thành phần:

- 1 ounce Kahlua
- 1/2 ounce rượu mạnh
- 1 cốc cà phê nóng
- Kem tươi để phủ topping

Hướng

a) Thêm Kahlua và rượu mạnh vào cà phê

b) Trang trí với kem tươi

15. Cà phê Espresso chanh Tequila

Thành phần:

- Một tách espresso kép
- 1 ly Tequila trắng
- 1 quả chanh tươi

Hướng

a) Chạy một lát chanh xung quanh mép ly espresso.

b) Đổ một tách espresso lên trên đá.

c) Thêm một ngụm rượu Tequila trắng

d) Phục vụ

16. Cà phê Brandy ngọt

Thành phần:

- 1 cốc cà phê mới pha
- 1 oz. Coffee Liqueur
- 1 muỗng cà phê si-rô sô-cô-la
- 1/2 oz. rượu mạnh
- 1 chút quế
- Kem ngọt

Hướng

a) Kết hợp rượu mùi cà phê, rượu mạnh, xi-rô sô-cô-la và quế vào cốc. Đổ đầy cà phê mới pha.

b) Phủ kem tươi lên trên.

17. Cà phê tiệc tối

Thành phần:

- 3 tách Cà phê đã khử caffein rất nóng
- 2 muỗng canh đường
- 1/4 cốc rượu Rum nhạt hoặc đậm

Hướng

a) Cho cà phê thật nóng, đường và rượu rum vào nồi đun nóng.

b) Tăng gấp đôi khi cần thiết.

18. Cà phê phong ngọt

Thành phần:

- 1 cốc Nửa rưỡi
- 1/4 cốc si-rô phong
- 1 cốc cà phê pha nóng
- Kem đánh có đường

Hướng

a) Nấu xi-rô nửa rưỡi và phong trong chảo trên lửa vừa. Khuấy liên tục, cho đến khi nóng hoàn toàn. Không để hỗn hợp sôi.

b) Khuấy cà phê và dùng kèm với kem ngọt.

19. Giấc mơ Dublin

Thành phần:

- 1 thìa cà phê hòa tan
- 1 1/2 muỗng canh sô-cô-la nóng ngay lập tức
- 1/2 oz. Rượu mùi kem Ailen
- 3/4 cốc nước sôi
- 1/4 cốc kem tươi

Hướng

a) Trong ly cà phê Ailen, đặt tất cả nguyên liệu trừ kem đã đánh bông.

b) Khuấy đều cho đến khi trộn đều và trang trí bằng kem đánh bông.

20. Cà phê Di Saronno

Thành phần:

- 1 oz. Di saronno amaretto
- 8 oz. Cà phê
- Kem đánh

Hướng

a) Trộn Di Saronno Amaretto với cà phê, sau đó phủ kem tươi lên trên.

b) Phục vụ trong cốc cà phê Ailen.

21. Cà phê Baja

Thành phần:

- 8 cốc nước nóng
- 3 muỗng cà phê hạt cà phê hòa tan
- 1/2 cốc rượu mùi cà phê
- 1/4 cốc rượu mùi Crème de Cacao
- 3/4 cốc kem tươi
- 2 muỗng canh sô-cô-la bán ngọt, bào sợi

Hướng

a) Trong nồi nấu chậm, kết hợp nước nóng, cà phê và rượu mùi.

b) Đậy nắp và đun nóng ở mức THẤP 2-4 giờ. Múc vào cốc hoặc ly chịu nhiệt.

c) Phủ kem tươi và sô-cô-la bào lên trên.

22. Cà phê hạt dẻ

Thành phần:

- 3 tách cà phê pha nóng
- 3/4 cốc Nửa rưỡi
- 3/4 cốc Đường nâu đóng gói chắc chắn
- 2 muỗng canh bơ hoặc bơ thực vật
- 3/4 cốc rượu mùi Praline
- Kem đánh có đường

Hướng

a) Nấu 4 nguyên liệu đầu tiên trong nồi lớn trên lửa vừa, khuấy liên tục cho đến khi nóng kỹ, không đun sôi.

b) Khuấy rượu mùi; ăn kèm với kem tươi đánh bông.

23. Rượu Praline

Thành phần:

- 2 cốc Đường nâu đậm - đóng gói chắc chắn
- 1 cốc đường trắng
- 2 1/2 cốc nước
- 4 tách miếng hồ đào
- 4 đậu vani chia theo chiều dọc
- 4 ly Vodka

Hướng

a) Cho đường nâu, đường trắng và nước vào nồi đun trên lửa vừa cho đến khi hỗn hợp bắt đầu sôi. Giảm nhiệt và đun nhỏ lửa 5 phút.

b) Đặt đậu vani và quả hồ đào vào lọ thủy tinh lớn (vì điều này làm cho 4 1/2 cốc Đổ hỗn hợp nóng vào lọ và để nguội. Thêm rượu vodka

c) Đậy kín và bảo quản ở nơi tối. Lật lọ mỗi ngày trong 2 tuần tiếp theo để giữ tất cả các thành phần hòa quyện. Sau 2 tuần, lọc hỗn hợp, loại bỏ chất rắn.

24. Quán cà phê Amaretto'

Thành phần:

- 1 1/2 cốc nước ấm
- 1/3 cốc rượu Amaretto
- 1 muỗng canh cà phê hòa tan
- Topping kem tươi

Hướng

a) Khuấy đều nước và các tinh thể cà phê hòa tan trong đĩa dùng được trong lò vi sóng.

b) Lò vi sóng không đậy nắp, bật công suất 100% trong khoảng 3 phút hoặc cho đến khi hấp nóng.

c) Khuấy Amaretto. Phục vụ trong cốc thủy tinh trong suốt. Đổ một ít lớp phủ tráng miệng lên trên mỗi cốc hỗn hợp cà phê.

25. Cafe Âu Cin

Thành phần:

- 1 cốc cà phê rang kiểu Pháp đậm đặc lạnh
- 2 muỗng canh đường cát
- gạch ngang quế
- 2 oz. Cảng Tawny
- 1/2 muỗng cà phê vỏ cam bào

Hướng

a) Kết hợp và trộn trong máy xay ở tốc độ cao.

b) Rót vào ly rượu đã ướp lạnh.

26. Cappuccino có gai

Thành phần:

- 1/2 cốc Nửa rưỡi
- 1/2 cốc espresso mới pha
- 2 muỗng canh rượu mạnh
- 2 muỗng canh rượu rum trắng
- 2 thìa canh kem cacao đen
- Đường

Hướng

a) Đánh nửa rưỡi trong chảo nhỏ trên lửa cao cho đến khi nổi bọt, khoảng 3 phút.

b) Chia cà phê espresso thành 2 cốc. Thêm một nửa rượu brandy và một nửa crème de cacao vào mỗi cốc.

c) Đánh lại nửa rưỡi và đổ vào cốc.

d) Đường là tùy chọn

27. Cà phê Gaelic

Thành phần:

- Cà phê đen; mới làm
- Scotch whisky
- Đường nâu thô
- Kem thật; đánh cho đến khi hơi dày

Hướng

a) Rót cà phê vào ly đã ấm.

b) Thêm rượu whisky và đường nâu cho vừa ăn. Khuấy đều.

c) Đổ một ít kem đánh bông nhẹ vào ly lên mặt sau của thìa cà phê, ngay phía trên mặt chất lỏng trong cốc.

d) Nó sẽ nổi một chút.

28. Cà phê Canada

Thành phần:

- 1/4 cốc xi-rô phong; nguyên chất
- 1/2 cốc rượu whisky lúa mạch đen
- 3 tách cà phê; nóng, đen, sức mạnh gấp đôi

Phủ bên trên thức ăn:

- 3/4 cốc kem tươi
- 4 muỗng cà phê xi-rô cây phong nguyên chất

Hướng

a) Lớp phủ - Đánh 3/4 cốc kem tươi đã đánh bông với 4 thìa xi-rô phong cho đến khi tạo thành một khối mềm.

b) Chia xi-rô cây phong và rượu whisky vào 4 cốc thủy tinh cách nhiệt đã được làm ấm trước.

c) Đổ cà phê vào cách mặt trên 1 inch.

d) Muỗng phủ lên trên cà phê.

e) Phục vụ

29. Cà phê Đức

Thành phần:

- 1/2 ounce rượu anh đào
- 5 ounce cà phê đen tươi
- 1 thìa cà phê kem đường
- Anh đào Maraschino

Hướng

a) Đổ cà phê và rượu Brandy Cherry vào cốc cà phê, thêm đường cho ngọt.

b) Phủ kem tươi và quả anh đào maraschino lên trên.

30. Cà phê Đan Mạch

Thành phần:

- 8 c Cà phê nóng
- 1 c Rượu rum đen
- 3/4 c Đường
- 2 thanh quế
- 12 tép (toàn bộ)

Hướng

a) Trong một cái chảo nặng rất lớn, kết hợp tất cả nguyên liệu, đậy nắp và giữ ở lửa nhỏ trong khoảng 2 giờ.

b) Phục vụ trong cốc cà phê.

31. Cà phê Ailen Bắn súng Sữa lắc

Thành phần:

- 1/2 cốc sữa gầy
- 1/2 cốc sữa chua nguyên chất ít béo
- 2 thìa đường
- 1 muỗng cà phê bột cà phê hòa tan
- 1 muỗng cà phê rượu whisky Ailen

Hướng

a) Cho tất cả nguyên liệu vào máy xay ở tốc độ thấp.

b) Trộn cho đến khi bạn có thể thấy rằng các thành phần của bạn đã hòa quyện với nhau.

c) Sử dụng ly lắc cao để trình bày.

32. Tiếng Ailen cổ tốt

Thành phần:

- 1,5 ounce rượu kem Ailen
- 1,5 ounce rượu whisky Ailen
- 1 cốc cà phê pha nóng
- 1 muỗng canh kem tươi
- 1 chút hạt nhục đậu khấu

Hướng

a) Trong cốc cà phê, trộn kem Ailen và rượu Whisky Ailen.

b) Đổ đầy cà phê vào cốc. Phủ một ít kem tươi lên trên.

c) Trang trí với một chút hạt nhục đậu khấu.

33. Cà phê Ailen Bushmills

Thành phần:

- 1 1/2 ounce rượu whisky Bushmills Ailen
- 1 muỗng cà phê Đường nâu (tùy chọn)
- 1 chút Crème de menthe, màu xanh lá cây
- Cà phê tươi cực mạnh
- Kem đánh

Hướng

a) Đổ rượu whisky vào cốc cà phê Ailen và đổ cà phê lên 1/2 inch từ trên xuống. Thêm đường cho vừa miệng và trộn. Phủ kem tươi lên trên và rưới crème de menthe lên trên.

b) Nhúng viền cốc vào đường để phủ lên mép.

34. Cà phê Ailen đậm đà

Thành phần:

- 1 tách cà phê đậm đặc
- 1 1/2 oz. Rượu whisky Ailen
- 1 muỗng cà phê đường
- 1 muỗng canh kem tươi

Hướng

a) Trộn cà phê, đường và rượu whisky trong một cốc lớn có thể dùng được trong lò vi sóng.

b) Lò vi sóng ở mức cao 1 đến 2 phút. Phủ kem tươi lên trên

c) Cẩn thận khi uống, có thể cần một lúc để nguội.

35. Cà phê kem Ailen

Thành phần:

- 1/3 cốc rượu mùi kem Ailen
- 1 1/2 cốc cà phê mới pha
- 1/4 cốc Heavy Cream, hơi ngọt và đánh bông

Hướng

a) Chia rượu mùi và cà phê cho 2 cốc.

b) Phủ kem tươi lên trên.

c) Phục vụ.

36. Cà phê Ailen kiểu cũ

Thành phần:

- 3/4 cốc nước ấm
- 2 muỗng canh rượu whisky Ailen
- tráng miệng
- 1 1/2 thìa cà phê hòa tan
- Đường nâu để nếm

Hướng

a) Kết hợp nước và tinh thể cà phê hòa tan. Lò vi sóng, không che, đang bật

b) 100% công suất khoảng 1 phút rưỡi hoặc chỉ cho đến khi hấp nóng. Khuấy rượu whisky Ailen và đường nâu.

37. Lattetini

Thành phần:

- Rượu kem 1 phần
- $1\frac{1}{2}$ phần Vodka

Hướng

a) Lắc với đá và lọc vào ly Martini .

b) Thưởng thức

MOCHA

38. Mocha Cappuccino đá

Thành phần:

- 1 muỗng canh si-rô sô-cô-la
- 1 tách cà phê espresso nóng đôi hoặc cà phê rất đậm
- 1/4 cốc Nửa rưỡi
- 4 viên đá

Hướng

a) Khuấy xi-rô sô cô la vào cà phê nóng cho đến khi tan chảy. Trong máy xay sinh tố, trộn cà phê với nửa rưỡi và đá viên.

b) Trộn ở tốc độ cao trong 2 đến 3 phút.

c) Phục vụ ngay trong ly cao, lạnh.

39. Cà phê đá nguyên chất

Thành phần:

- 1/4 cốc cà phê; ngay lập tức, thường xuyên hoặc khử caffein
- 1/4 cốc đường
- 1 lít hoặc lít sữa lạnh

Hướng

a) Hòa tan cà phê hòa tan và đường trong nước nóng. Khuấy 1 lít hoặc lít sữa lạnh và thêm đá. Để có hương vị mocha, hãy dùng sữa sô cô la và thêm đường cho vừa ăn.

b) Hòa tan 1 thìa cà phê hòa tan và 2 thìa đường vào 1 thìa nước nóng.

c) Thêm 1 cốc sữa lạnh vào khuấy đều.

d) Bạn có thể làm ngọt bằng chất làm ngọt ít calo thay vì đường

40. Cà phê hương Mocha

Thành phần:

- 1/4 cốc kem không sữa khô
- 1/3 cốc đường
- 1/4 cốc cà phê hòa tan khô
- 2 thìa ca cao

Hướng

a) Cho tất cả nguyên liệu vào máy trộn, đánh ở tốc độ cao cho đến khi hòa quyện. Trộn 1 1/2 muỗng canh thìa với một cốc nước nóng.

b) Bảo quản trong bình kín khí. Chẳng hạn như một lọ đóng hộp.

41. Mocha Mexico cay

Thành phần:

- Cà phê đậm đặc 6 ounce
- 2 muỗng canh đường bột
- 1 muỗng canh bột sô-cô-la xay không đường
- 1/4 muỗng cà phê quế quế Việt Nam
- 1/4 muỗng cà phê ớt Jamaica
- 1/8 thìa cà phê ớt cayenne
- 1-3 muỗng canh kem đặc hoặc nửa rưỡi

Hướng

a) Trong một bát nhỏ, trộn tất cả nguyên liệu khô lại với nhau.

b) Đổ cà phê vào cốc lớn, cho hỗn hợp ca cao vào khuấy đều cho đến khi mịn.

c) Sau đó thêm kem vào cho vừa miệng.

42. Cà phê sô cô la

Thành phần:

- 2 thìa cà phê hòa tan
- 1/4 cốc đường
- 1 chút muối
- 1 oz. Sôcôla vuông không đường
- 1 ly nước
- 3 cốc sữa
- Kem đánh

Hướng

a) Trong chảo, trộn cà phê, đường, muối, sô cô la và nước; khuấy trên lửa nhỏ cho đến khi sô cô la tan chảy. Đun nhỏ lửa 4 phút, khuấy liên tục.

b) Dần dần thêm sữa, khuấy liên tục cho đến khi nóng.

c) Khi đường ống còn nóng, tắt bếp và đánh bằng máy đánh quay cho đến khi hỗn hợp nổi bọt.

d) Đổ vào từng cốc và đánh một ít kem tươi lên bề mặt mỗi cốc.

43. Cà phê Mocha bạc hà

Thành phần:

- 6 cốc cà phê mới pha
- 1 1/2 cốc sữa
- 4 ounce sô-cô-la bán ngọt
- 1 muỗng cà phê chiết xuất bạc hà
- 8 que bạc hà

Hướng

a) Cho cà phê, sữa, sô cô la vào nồi lớn trên lửa nhỏ trong 5 - 7 phút hoặc cho đến khi sô cô la tan chảy, đun nóng hỗn hợp, thỉnh thoảng khuấy đều.

b) Khuấy chiết xuất bạc hà

c) Đổ vào cốc

d) Trang trí bằng một thanh bạc hà

44. Cà phê Ý Mocha

Thành phần:

- 1 cốc cà phê hòa tan
- 1 cốc đường
- 4 1/2 cốc sữa khô không béo
- 1/2 cốc ca cao

Hướng

a) Khuấy tất cả nguyên liệu lại với nhau.

b) Xử lý trong máy xay cho đến khi thành bột.

c) Sử dụng 2 muỗng canh cho một cốc nước nóng nhỏ.

d) Phục vụ trong cốc espresso

e) Làm được khoảng 7 cốc hỗn hợp

f) Bảo quản trong lọ có nắp đậy kín.

g) Bình đóng hộp có tác dụng tốt trong việc bảo quản cà phê.

45. Cà phê sô-cô-la

Thành phần:

- 1/4 cốc cà phê espresso hòa tan
- 1/4 cốc cacao hòa tan
- 2 cốc Nước sôi - tốt nhất nên dùng nước đã lọc
- Kem đánh
- Vỏ cam hoặc quế xay nhuyễn

Hướng

a) Kết hợp cà phê và ca cao. Thêm nước sôi và khuấy đều để hòa tan. Đổ vào cốc demitasse. Phủ lên trên mỗi khẩu phần một lớp kem đánh bông, vỏ cam cắt nhỏ và một chút quế.

46. Cà phê Amaretto sô cô la

Thành phần:

- Hạt cà phê Amaretto
- 1 muỗng canh chiết xuất vani
- 1 muỗng cà phê chiết xuất hạnh nhân
- 1 thìa cà phê bột cacao
- 1 muỗng cà phê đường
- Kem tươi để trang trí

Hướng

a) Pha cà phê.

b) Thêm chiết xuất vani và hạnh nhân 1 thìa ca cao và 1 thìa đường vào mỗi cốc.

c) Trang trí bằng kem tươi

47. Cà phê sô cô la bạc hà nổi

Thành phần:

- 1/2 cốc cà phê nóng
- 2 muỗng canh rượu mùi Crème de Cacao
- 1 muỗng kem sô-cô-la bạc hà

Hướng

a) Cho mỗi khẩu phần kết hợp 1/2 cốc cà phê và 2 muỗng canh
b) của rượu mùi.
c) Top với một muỗng kem.

48. Cà phê cacao

Thành phần:

- 1/4 cốc bột kem không sữa
- 1/3 cốc đường
- 1/4 cốc cà phê hòa tan khô
- 2 thìa ca cao

Hướng

a) Cho tất cả nguyên liệu vào máy xay sinh tố, xay ở tốc độ cao cho đến khi hòa quyện.

b) Bảo quản trong lọ đóng hộp kín khí.

c) Trộn 1 1/2 muỗng canh với 3/4 cốc nước nóng

49. Mocha cacao hạt phi

Thành phần:

- 3/4 oz. Kahlua
- 1/2 cốc cà phê hạt phỉ nóng
- 1 thìa cà phê Nestlé nhanh
- 2 muỗng canh nửa rưỡi

Hướng

a) Kết hợp tất cả các thành phần trong món cu yêu thích của bạn .

b) xin chào

50. Cà phê sô cô la bạc hà

Thành phần:

- 1/3 cốc cà phê xay
- 1 muỗng cà phê chiết xuất sô cô la
- 1/2 muỗng cà phê chiết xuất bạc hà
- 1/4 muỗng cà phê chiết xuất vani

Hướng

a) Cho cà phê vào máy xay.

b) Trong một cốc kết hợp chiết xuất, thêm chiết xuất vào cà phê.

c) Xử lý cho đến khi trộn đều, chỉ trong vài giây.

d) Bảo quản lạnh

51. Quán cà phê au lait

Thành phần:

- 2 cốc sữa
- 1/2 cốc kem nặng
- 6 tách cà phê Louisiana

Hướng

a) Trộn sữa và kem vào chảo; đun sôi (bong bóng sẽ hình thành xung quanh mép chảo), sau đó tắt bếp.

b) Đổ một lượng nhỏ cà phê vào mỗi cốc cà phê.

c) Đổ hỗn hợp cà phê và sữa nóng còn lại vào nhau cho đến khi đầy khoảng 3/4 cốc.

d) Sữa gầy có thể được thay thế bằng sữa nguyên chất và kem.

52. Cà phê Ý với sô cô la

Thành phần:

- 2 tách cà phê đậm đặc nóng
- 2 cốc Cacao truyền thống nóng - thử nhãn hiệu Hershey's
- Kem đánh
- Vỏ cam bào

Hướng

a) Kết hợp 1/2 cốc cà phê và 1/2 cốc ca cao vào mỗi cốc trong số 4 cốc.

b) Phủ kem tươi lên trên; rắc vỏ cam bào.

53. Mocha hơi ngọt

Thành phần:

- 4 oz. Sôcôla nửa ngọt
- 1 muỗng canh đường
- 1/4 cốc kem tươi
- 4 cốc cà phê đậm đặc nóng
- Kem đánh
- Vỏ cam bào

Hướng

a) Làm tan chảy sô cô la trong chảo nặng ở nhiệt độ thấp.

b) Khuấy đường và kem tươi.

c) Đánh đều cà phê bằng máy đánh trứng, mỗi lần 1/2 cốc; tiếp tục cho đến khi sủi bọt.

d) Phủ kem tươi lên trên và rắc vỏ cam bào.

CÀ PHÊ CÓ GIA VỊ

54. Cà phê gia vị cam

Thành phần:

- 1/4 cốc cà phê xay
- 1 thìa vỏ cam bào vụn
- 1/2 muỗng cà phê chiết xuất vani
- 1 1/2 que quế

Hướng

a) Cho cà phê và vỏ cam vào máy xay sinh tố hoặc máy chế biến thực phẩm.

b) Dừng bộ xử lý đủ lâu để thêm vani.

c) Xử lý thêm 10 giây nữa.

d) Cho hỗn hợp vào bình thủy tinh cùng với que quế và để trong tủ lạnh.

55. Kem cà phê gia vị

Thành phần:

- 2 cốc Nestlé nhanh
- 2 cốc kem cà phê dạng bột
- 1/2 chén đường bột
- 3/4 muỗng cà phê quế
- 3/4 muỗng cà phê hạt nhục đậu khấu

Hướng

a) Trộn tất cả các thành phần lại với nhau và bảo quản trong lọ kín.

b) Trộn 4 muỗng cà phê với một cốc nước nóng

56. Cà phê gia vị bạch đậu khấu

Thành phần:

- 3/4 cốc cà phê xay
- 2 2/3 cốc nước
- Thảo quả đất
- 1/2 cốc sữa đặc có đường

Hướng

a) Pha cà phê theo kiểu nhỏ giọt hoặc máy pha cà phê bằng máy pha cà phê.

b) Đổ vào 4 cốc.

c) Mỗi khẩu phần thêm một chút bạch đậu khấu và 2 thìa sữa đặc.

d) Khuấy

e) Phục vụ

57. Café de Ola

Thành phần:

- 8 cốc nước lọc
- 2 que quế nhỏ
- 3 tép đinh hương
- 4 ounce đường nâu sẫm
- 1 ô vuông sô cô la Semisweet hoặc sô cô la Mexico
- 4 ounce cà phê xay

Hướng

a) Đun sôi nước.

b) Thêm quế, đinh hương, đường và sô cô la.

c) Đun sôi lại, hớt hết bọt.

d) Giảm nhiệt xuống thấp và KHÔNG CHO PHÉP SÔI

e) Thêm cà phê và để ngâm trong 5 phút.

58. Cà phê hạnh nhân vani

Thành phần:

- 1/3 cốc cà phê xay
- 1 muỗng cà phê chiết xuất vani
- 1/2 muỗng cà phê chiết xuất hạnh nhân
- 1/4 muỗng cà phê hạt hồi

Hướng

a) Cho cà phê vào máy xay

b) Kết hợp các thành phần còn lại trong một cốc riêng

c) Thêm chiết xuất và hạt vào cà phê trong máy xay

d) Xử lý cho đến khi kết hợp

e) Sử dụng hỗn hợp như bình thường khi pha cà phê

f) Làm cho khẩu phần 8-6 ounce

g) Bảo quản phần chưa sử dụng trong tủ lạnh

59. Tiếng Java Ả Rập

Thành phần:

- 1 lít nước lọc
- 3 thìa cà phê
- 3 muỗng canh đường
- 1/4 muỗng cà phê quế
- 1/4 muỗng cà phê bạch đậu khấu
- 1 muỗng cà phê vani hoặc đường vani

Hướng

a) Trộn tất cả nguyên liệu vào nồi và đun nóng cho đến khi bọt nổi lên trên.

b) Không đi qua bộ lọc.

c) Khuấy trước khi phục vụ

60. Cà phê mật ong

Thành phần:

- 2 cốc cà phê tươi
- 1/2 cốc sữa
- 4 thìa mật ong
- 1/8 muỗng cà phê quế
- Hạt nhục đậu khấu hoặc hạt tiêu
- Thả hoặc 2 chiết xuất vani

Hướng

a) Đun nóng các nguyên liệu trong chảo nhưng không đun sôi.

b) Khuấy đều để kết hợp các thành phần.

c) Một ly cà phê tráng miệng thú vị.

61. Cafe Vienna Desire

Thành phần:

- 1/2 cốc cà phê hòa tan
- 2/3 cốc đường
- 2/3 cốc sữa không béo
- 1/2 muỗng cà phê quế
- 1 nhúm đinh hương - điều chỉnh theo khẩu vị
- 1 nhúm hạt tiêu-điều chỉnh theo khẩu vị
- 1 nhúm hạt nhục đậu khấu - điều chỉnh theo khẩu vị

Hướng

a) Trộn tất cả nguyên liệu lại với nhau

b) Dùng máy xay sinh tố xay thành bột thật mịn. Sử dụng 1 muỗng canh mỗi cốc nước lọc nóng.

62. Cà Phê Quế

Thành phần:

- 1/3 cốc cà phê hòa tan
- 3 muỗng canh đường
- 8 tép nguyên
- Thanh quế 3 inch
- 3 cốc nước
- Kem đánh
- quế xay

Hướng

a) Kết hợp 1/3 cốc cà phê hòa tan, 3 thìa đường, đinh hương, quế thanh và nước.

b) Đậy nắp, đun sôi. Tắt bếp và để yên, đậy nắp, ngâm khoảng 5 phút.

c) Sự căng thẳng. Đổ vào từng cốc và phủ một thìa kem tươi lên trên mỗi cốc. Thêm một chút quế.

63. Cà phê quế

Thành phần:

- 1 cốc nước lạnh
- 2 muỗng canh cà phê espresso xay
- 1/2 thanh quế (dài 3 inch)
- 4 muỗng cà phê Crème de Cacao
- 2 muỗng cà phê rượu mạnh
- 2 muỗng canh kem đánh bông, ướp lạnh
  Sôcôla bán ngọt bào để trang trí

Hướng

a) Sử dụng máy pha cà phê espresso của bạn để pha cà phê thật đặc với một lượng nhỏ nước lọc.

b) Bẻ một thanh quế thành từng miếng nhỏ và thêm vào cà phê espresso nóng.

c) Để nguội 1 phút.

d) Thêm crème de cacao và rượu brandy vào, khuấy nhẹ. Đổ vào demiasse

e) Cốc. Đánh bông kem và cho một ít kem lên trên mỗi cốc. Trang trí với sô cô la bào hoặc những lọn sô cô la.

64. Cà phê gia vị Mexico

Thành phần:

- 3/4 chén đường nâu, đóng gói chắc chắn
- 6 đinh hương
- 6 lát vỏ cam cắt sợi
- 3 que quế
- 6 muỗng canh sp. Cà phê pha thật

Hướng

a) Trong một cái chảo lớn, đun nóng 6 cốc nước với đường nâu, thanh quế và đinh hương trên lửa cao vừa phải cho đến khi hỗn hợp nóng nhưng không để sôi. Thêm cà phê vào, đun sôi hỗn hợp, thỉnh thoảng khuấy trong 3 phút.

b) Lọc cà phê qua rây mịn và phục vụ trong cốc cà phê với vỏ cam.

65. Cà phê trứng Việt Nam

Thành phần:

- 1 quả trứng
- 3 thìa cà phê bột cà phê Việt Nam
- 2 muỗng cà phê sữa đặc có đường
- Nước sôi

Hướng

a) Pha một cốc nhỏ cà phê Việt Nam.

b) Đập một quả trứng và loại bỏ lòng trắng.

c) Cho lòng đỏ và sữa đặc có đường vào một chiếc tô nhỏ, sâu lòng rồi đánh mạnh cho đến khi thu được hỗn hợp sủi bọt, bông xốp như cách trên.

d) Thêm một thìa cà phê đã pha vào và đánh đều.

e) Trong một cốc cà phê trong suốt, đổ cà phê đã pha của bạn vào, sau đó thêm hỗn hợp trứng mịn lên trên.

66. Cà phê Thổ Nhĩ Kì

Thành phần:

- 3/4 cốc nước
- 1 muỗng canh đường
- 1 thìa cà phê xay nhuyễn
- 1 quả bạch đậu khấu

Hướng

a) Đun sôi nước và đường.

b) Hủy bỏ nhiệt-thêm cà phê và bạch đậu khấu

c) Khuấy đều và đun nóng trở lại.

d) Khi cà phê sủi bọt, tắt bếp và để bã lắng xuống.

e) Lặp lại hai lần nữa. Đổ vào cốc.

f) Bã cà phê phải lắng xuống trước khi uống.

g) Bạn có thể phục vụ cà phê với vỏ bạch đậu khấu trong cốc - tùy bạn chọn

Mẹo cà phê Thổ Nhĩ Kỳ

h) Phải luôn phục vụ với bọt xốp bên trên

i) Bạn có thể yêu cầu xay cà phê của mình để làm Cà phê Thổ Nhĩ Kỳ - đó là loại bột đặc.

j) Không khuấy sau khi rót vào cốc vì bọt sẽ xẹp xuống

k) Luôn sử dụng nước lạnh khi pha chế

l) Kem hoặc sữa không bao giờ được thêm vào Cà phê Thổ Nhĩ Kỳ; tuy nhiên, đường là tùy chọn

67. Latte gia vị bí ngô

Thành phần:

- 2 thìa bí ngô đóng hộp
- 1/2 thìa cà phê gia vị làm bánh bí ngô và nhiều thứ khác để trang trí
- Hạt tiêu vừa mới nghiền
- 2 thìa đường
- 2 muỗng canh chiết xuất vani nguyên chất
- 2 cốc sữa nguyên chất
- 1 đến 2 ly espresso, khoảng 1/4 cốc
- 1/4 cốc kem đặc, đánh cho đến khi tạo thành chóp cứng

Hướng

a) Đun nóng bí ngô và gia vị: Trong một cái chảo nhỏ trên lửa vừa, nấu bí ngô với gia vị làm bánh bí ngô và một lượng lớn hạt tiêu đen trong 2 phút hoặc cho đến khi bí đỏ nóng và có mùi chín. Khuấy liên tục.

b) Thêm đường và khuấy cho đến khi hỗn hợp trông giống như một loại xi-rô sủi bọt.

c) Đánh đều sữa và chiết xuất vani. Đun nóng nhẹ trên lửa vừa, quan sát cẩn thận để đảm bảo nước không bị sôi.

d) Xử lý cẩn thận hỗn hợp sữa bằng máy xay cầm tay hoặc máy xay sinh tố truyền thống (giữ chặt nắp bằng khăn dày!) cho đến khi nổi bọt và hòa quyện.
e) Trộn đồ uống: Pha cà phê espresso hoặc cà phê và chia vào hai cốc và thêm sữa có bọt.
f) Phủ kem tươi lên trên và rắc gia vị làm bánh bí ngô, quế hoặc nhục đậu khấu nếu muốn.

68. Latte caramen

Thành phần:

- 2 ounce cà phê espresso
- 10 ounce sữa
- 2 muỗng canh nước sốt caramel tự làm và nhiều hơn nữa để rưới lên
- 1 muỗng canh đường (tùy chọn)

Hướng

a) Đổ espresso vào cốc.

b) Cho sữa vào cốc thủy tinh hoặc lọ thủy tinh rộng rồi cho vào lò vi sóng trong 30 giây cho đến khi sữa rất nóng nhưng không sôi.

c) Ngoài ra, đun nóng sữa trong nồi trên lửa vừa trong khoảng 5 phút cho đến khi thật nóng nhưng không sôi, quan sát cẩn thận.

d) Thêm nước sốt caramel và đường (nếu dùng) vào sữa nóng và khuấy đều cho đến khi tan.

e) Dùng máy tạo bọt sữa, đánh sữa cho đến khi không còn bọt và bọt dày, mất khoảng 20 đến 30 giây. Xoay ly và gõ nhẹ lên quầy nhiều lần để làm vỡ những bong bóng lớn hơn. Lặp lại bước này nếu cần.

f) Dùng thìa để giữ bọt lại, đổ sữa vào espresso. Đổ phần bọt còn lại lên trên.

FRAPPUCCINO VÀ CAPUCINO

69. Caramen Frappuccino

Thành phần:

- 1/2 cốc cà phê lạnh
- 3 muỗng canh đường
- 1/2 cốc sữa
- 2 cốc đá
- Kem đánh bông - sử dụng loại đóng hộp mà bạn có thể phun lên trên
- 3 muỗng canh nước sốt kem caramel

Hướng

a) Kết hợp tất cả nguyên liệu vào một máy trộn

b) Xay đồ uống cho đến khi đá nhuyễn và mịn

c) Phục vụ trong cốc cà phê ướp lạnh với kem đánh bông và sốt caramel rưới lên trên.

70. Frappuccino mâm xôi

Thành phần:

- 2 cốc đá viên nghiền
- 1 1/4 cốc cà phê pha cực mạnh
- 1/2 cốc sữa
- 2 muỗng canh xi-rô vani hoặc mâm xôi
- 3 muỗng canh xi-rô sô-cô-la
- Kem đánh

Hướng

a) Kết hợp đá viên, cà phê, sữa và xi-rô trong máy xay.

b) Trộn cho đến khi mịn đẹp.

c) Đổ vào cốc phục vụ cao ướp lạnh hoặc ly uống nước ngọt.

d) Phủ kem tươi, rưới sô-cô-la và si-rô mâm xôi lên trên.

e) Thêm anh đào maraschino nếu muốn

71. Cà phê sữa lắc

Thành phần:

- 2 cốc sữa
- 2 muỗng canh đường
- 2 muỗng cà phê cà phê hòa tan
- 3 thìa kem vani
- Cà phê đậm và lạnh

Hướng

a) Thêm tất cả nguyên liệu vào máy xay theo thứ tự đã cho và trộn ở tốc độ cao cho đến khi trộn lẫn.

b) Phục vụ trong ly soda.

72. Mocha sinh tố

Thành phần:

- 18 viên đá (tối đa 22 viên)
- 7 oz. Cà phê nồng độ gấp đôi, ướp lạnh
- 1/2 chén sốt sô-cô-la (hoặc xi-rô)
- 2 muỗng canh si-rô vani
- Kem đánh

Hướng

a) Sử dụng máy xay sinh tố.

b) Cho đá, cà phê, sốt sô cô la và xi-rô vào máy xay. Xay đến khi mịn. Đổ vào một ly soda lớn, cao, đã ướp lạnh.

c) Trang trí với một ít kem tươi hoặc một muỗng kem.

73. Caramel Frappuccino ăn liền

Thành phần:

- 1/3 ly đá
- 1/3 ly sữa
- 1 muỗng canh cà phê hòa tan
- 2 muỗng canh xi-rô caramel

Hướng

a) Trộn tất cả các thành phần với nhau trong máy xay cho đến khi đá được nghiền nát và sữa nổi bọt.

b) Phục vụ ngay lập tức.

74. sinh tố xoài

Thành phần:

- 1 1/2 chén xoài, cắt nhỏ
- 4-6 viên đá
- 1 cốc sữa
- 1 muỗng canh nước cốt chanh
- 2 muỗng canh đường
- 1/4 muỗng cà phê chiết xuất vani

Hướng

a) Đặt xoài cắt vào ngăn đá tủ lạnh trong 30 phút

b) Cho xoài, sữa, đường, nước cốt chanh và vani vào máy xay. Xay đến khi mịn.

c) Thêm đá viên vào và xử lý cho đến khi đá viên mịn.

d) Phục vụ ngay lập tức.

75. Cà phê Cappuccino

Thành phần:

- 1/2 cốc cà phê hòa tan
- 3/4 cốc đường
- 1 cốc sữa khô không béo
- 1/2 muỗng cà phê vỏ cam khô

Hướng

a) Nghiền vỏ cam khô trong cối và chày

b) Dùng 2 thìa cho mỗi cốc nước nóng

76. Cappuccino lắc

Thành phần:

- 1 cốc sữa gầy
- 1 1/2 muỗng cà phê cà phê hòa tan
- 2 gói chất làm ngọt nhân tạo
- 1/4 ounce hương vị rượu Brandy hoặc rượu rum
- 1 chút quế

Hướng

a) Trong máy xay sinh tố, kết hợp sữa, cà phê, chất làm ngọt và chiết xuất rượu Brandy hoặc rượu rum.

b) Xay cho đến khi cà phê hòa tan.

c) Ăn kèm với một chút quế.

d) Để uống nóng, hãy hâm nóng bằng lò vi sóng.

77. Cappuccino kem

Thành phần:

- 1/4 cốc cà phê Espresso hòa tan hoặc cà phê rang đậm hòa tan
- 2 cốc nước sôi
- 1/2 cốc Heavy Cream, đánh bông
- Quế, nhục đậu khấu hoặc vỏ cam thái nhỏ
- Đường

Hướng

a) Hòa tan cà phê trong nước sôi, Rót vào cốc nhỏ, cao.

b) Chỉ lấp đầy được một nửa.

Thêm một chút:

a) Quế, nhục đậu khấu hoặc vỏ cam thái nhỏ

b) Gấp kem vào cà phê.

78. Cappuccino đông lạnh

Thành phần:

- 2 muỗng sữa chua đông lạnh vani chia
- 1/2 cốc sữa
- 1 muỗng canh bột sô cô la Hershey
- 1 1/2 muỗng cà phê hạt cà phê hòa tan

Hướng

a) Cho 1 muỗng sữa chua đông lạnh, sữa, bột sô cô la và hạt cà phê vào máy chế biến thực phẩm hoặc máy xay sinh tố.

b) Xử lý 30 giây hoặc cho đến khi mịn.

c) Đổ vào ly soda cao.

d) Đổ muỗng sữa chua còn lại lên trên .

CÀ PHÊ TRÁI CÂY

79. Cà phê mâm xôi

Thành phần:

- 1/4 cốc đường nâu
- Bã cà phê cho một bình cà phê thông thường 6 cốc
- 2 muỗng cà phê chiết xuất quả mâm xôi

Hướng

a) Đặt chiết xuất quả mâm xôi vào bình cà phê trống

b) Cho đường nâu và bã cà phê vào phin lọc cà phê

c) Thêm 6 cốc nước lên trên và đun sôi trong nồi.

80. Cà phê Giáng sinh

Thành phần:

- 1 bình cà phê (tương đương 10 cốc)
- 1/2 chén đường
- 1/3 cốc nước
- 1/4 cốc ca cao không đường
- 1/4 muỗng cà phê quế
- 1 nhúm nhục đậu khấu xay
- Kem đánh bông để làm topping

Hướng

a) Chuẩn bị bình cà phê.

b) Trong một chảo nước sốt vừa, đun nóng nước cho đến khi sôi nhẹ. Thêm đường, ca cao, quế và hạt nhục đậu khấu.

c) Đun sôi lại trong khoảng một phút - thỉnh thoảng khuấy.

d) Trộn hỗn hợp cà phê và ca cao/gia vị rồi dùng kèm với kem đánh bông.

81. Cà phê dừa đậm đà

Thành phần:

- 2 cốc Nửa rưỡi
- 15 oz. Kem dừa lon
- 4 tách cà phê pha nóng
- Kem đánh có đường

Hướng

a) Cho nửa rưỡi và kem dừa vào nồi đun sôi trên lửa vừa, khuấy liên tục.

b) Khuấy cà phê.

c) Ăn kèm với kem đánh bông ngọt.

82. Cà phê chuối sô-cô-la

Thành phần:

- Pha một bình 12 cốc cà phê thông thường của bạn
- Thêm 1/2-1 muỗng cà phê chiết xuất chuối
- Thêm 1-11/2 muỗng cà phê ca cao

Hướng

a) Kết hợp

b) Thật đơn giản...và hoàn hảo cho một ngôi nhà đông khách

83. Cà phê rừng đen

Thành phần:

- 6 oz. Cà phê mới pha
- 2 muỗng canh xi-rô sô-cô-la
- 1 muỗng canh nước ép anh đào Maraschino
- Kem đánh
- Sô cô la bào
- Anh đào Maraschino

Hướng

a) Trộn cà phê, xi-rô sô-cô-la và nước ép anh đào vào cốc. Trộn đều.

b) Phủ kem sô cô la bào và một hoặc 2 quả anh đào lên trên.

84. Cà phê Maraschino

Thành phần:

- 1 tách cà phê đen
- 1 oz. rượu Amaretto
- topping đánh bông
- 1 quả anh đào Maraschino

Hướng

a) Đổ đầy cốc cà phê hoặc cốc bằng cà phê đen nóng. Khuấy amaretto.

b) Top với lớp phủ trên cùng và một quả anh đào.

85. Cà phê sô cô la hạnh nhân

Thành phần:

- 1/3 cốc cà phê xay
- 1/4 muỗng cà phê hạt nhục đậu khấu mới xay
- 1/2 muỗng cà phê chiết xuất sô cô la
- 1/2 muỗng cà phê chiết xuất hạnh nhân
- 1/4 chén hạnh nhân nướng, cắt nhỏ

Hướng

a) Chế biến hạt nhục đậu khấu và cà phê, thêm chiết xuất. Xử lý lâu hơn 10 giây. Cho vào tô và khuấy đều trong hạnh nhân. Bảo quản trong tủ lạnh.

b) Tạo ra 8 khẩu phần 6 ounce. Để pha: Đặt hỗn hợp vào bộ lọc của máy pha cà phê nhỏ giọt tự động.

c) Thêm 6 cốc nước và pha

86. Cà phê Soda Pop

Thành phần:

- 3 cốc cà phê ướp lạnh nồng độ gấp đôi
- 1 muỗng canh đường
- 1 cốc rưỡi
- 4 muỗng kem cà phê (1 pint)
- 3/4 cốc soda câu lạc bộ ướp lạnh
- Kem đánh có đường
- 4 quả anh đào Maraschino,
- Trang trí bằng những lọn tóc sô cô la hoặc ca cao

Hướng

a) Trộn hỗn hợp cà phê và đường thành một nửa và một nửa.

b) Đổ đầy 4 ly soda cao với hỗn hợp cà phê

c) Thêm một muỗng kem và đổ đầy soda lên trên ly.

d) Trang trí với kem đánh bông, sô cô la hoặc ca cao.

e) Món quà tuyệt vời cho các bữa tiệc

f) Sử dụng cà phê decaf cho các bữa tiệc có giới trẻ

87. Cà phê Viên

Thành phần:

- 2/3 cốc cà phê hòa tan khô
- 2/3 chén đường
- 3/4 cốc kem không chứa sữa dạng bột
- 1/2 muỗng cà phê quế
- Rắc từng hạt tiêu, đinh hương và hạt nhục đậu khấu.

Hướng

a) Trộn tất cả nguyên liệu lại với nhau và bảo quản trong lọ kín.
b) Trộn 4 muỗng cà phê với một cốc nước nóng.
c) Đây là một món quà tuyệt vời.
d) Đặt tất cả nguyên liệu vào lọ đóng hộp.
e) Trang trí bằng ruy băng và thẻ treo.
f) Thẻ treo phải có hướng dẫn trộn được viết trên đó.

88. cà phê La Mã Espresso

Thành phần:

- 1/4 cốc cà phê xay mịn
- 1 1/2 cốc nước lạnh
- 2 dải vỏ chanh

Hướng

a) Đặt cà phê xay vào bộ lọc của bình cà phê nhỏ giọt

b) Thêm nước và pha theo hướng dẫn pha máy

c) Thêm chanh vào mỗi cốc

d) Phục vụ

CÀ PHÊ HỖN HỢP

89. Quán cà phê au lait

Thành phần:

- 1 cốc sữa
- 1 cốc Kem nhẹ
- 3 thìa cà phê hòa tan
- 2 cốc nước sôi

Hướng

a) Để lửa nhỏ, đun nóng sữa và kem cho đến khi nóng. Trong khi đó, hòa tan cà phê trong nước sôi. Trước khi dùng, đánh hỗn hợp sữa bằng máy đánh trứng cho đến khi nổi bọt. Đổ hỗn hợp sữa vào bình đã ấm và cà phê vào bình riêng.

b) Cách phục vụ: Đổ đầy cốc bằng cách rót từ cả hai bình cùng lúc, làm cho các dòng nước gặp nhau khi bạn rót.

c) Cà phê này tạo ra một bài thuyết trình tuyệt vời cũng như hương vị thơm ngon.

90. Cappuccino cam ăn liền

Thành phần:

- 1/3 cốc kem không sữa dạng bột
- 1/3 cốc đường
- 1/4 cà phê hòa tan khô
- 1 hoặc 2 viên kẹo cứng màu cam (nghiền nát)

Hướng

a) Trộn tất cả các thành phần với nhau trong máy trộn.

b) Trộn 1 muỗng canh với 3/4 cốc nước nóng.

c) Bảo quản trong lọ kín.

91. Hỗn hợp Mocha kiểu Thụy Sĩ

Thành phần:

- 1/2 cốc hạt cà phê hòa tan
- 1/2 cốc đường
- 2 thìa ca cao
- 1 cốc sữa bột khô không béo

Hướng

a) Kết hợp tất cả và trộn đều. Bảo quản hỗn hợp trong hộp kín.

b) Đối với mỗi khẩu phần:

c) Đặt 1 muỗng canh + 1 muỗng cà phê. trộn vào cốc.

d) Thêm 1 cốc nước sôi vào và khuấy đều.

92. Cà phê Ailen kem hòa tan

Thành phần:

- 1 1/2 cốc nước ấm
- 1 muỗng canh cà phê hòa tan
- 1/4 cốc rượu whisky Ailen
- Đường nâu để nếm
- Topping đánh bông

Hướng

a) Trong thước đo 2 cốc, kết hợp nước và tinh thể cà phê hòa tan. Lò vi sóng, không đậy nắp, bật công suất 100% trong khoảng 4 phút hoặc chỉ cho đến khi hấp.

b) Khuấy rượu whisky Ailen và đường nâu. Phục vụ trong cốc.

c) Phủ lên trên mỗi cốc một lớp kem tươi.

93. Hỗn hợp cà phê Mocha

Thành phần:

- 1/4 cốc kem không sữa dạng bột
- 1/3 cốc đường
- 1/4 cốc cà phê hòa tan khô
- 2 muỗng canh. Ca cao

Hướng

a) Cho tất cả nguyên liệu vào máy trộn, đánh ở tốc độ cao cho đến khi hòa quyện. Trộn 1 1/2 muỗng canh

b) bằng một cốc nước nóng.

c) Bảo quản trong lọ kín. Chẳng hạn như một lọ đóng hộp.

94. Cà phê hòa tan Mocha

Thành phần:

- 1 cốc cà phê hòa tan
- 1 cốc hỗn hợp sô cô la nóng hoặc ca cao
- 1 cốc kem không sữa
- 1/2 cốc đường

Hướng

a) Kết hợp tất cả các thành phần; trộn kỹ. Bảo quản trong lọ đậy kín. Hãy thử một lọ đóng hộp.

b) Để phục vụ: Đặt 1 1/2 - 2 muỗng canh vào cốc hoặc cốc.

c) Khuấy nước sôi cho đầy cốc.

d) Làm 3 1/2 tách cà phê trộn hoặc khoảng 25 phần ăn trở lên.

95. Hỗn hợp cà phê Vienna

Thành phần:

- 2/3 cốc cà phê hòa tan khô (ít)
- 2/3 cốc đường
- 3/4 cốc kem không sữa dạng bột
- 1/2 muỗng cà phê quế
- tiêu xay
- dấu gạch ngang Đinh hương
- gạch ngang nhục đậu khấu

Hướng

a) Trộn tất cả nguyên liệu và bảo quản trong lọ kín.

b) Trộn 4 muỗng cà phê với 1 cốc nước nóng.

96. Hỗn hợp cà phê Nightcap

Thành phần:

- 2/3 cốc kem cà phê không sữa
- 1/3 cốc hạt cà phê hòa tan Decaf
- 1/3 chén đường cát
- 1 muỗng cà phê bạch đậu khấu
- 1/2 muỗng cà phê quế xay

Hướng

a) Kết hợp tất cả các thành phần trong một bát vừa; khuấy cho đến khi trộn đều.

b) Đựng trong bao bì kín khí. Mang lại 1 1/3 tách cà phê hỗn hợp

c) Muỗng 1 thìa đầy hỗn hợp cà phê vào 8 ounce nước nóng. Khuấy cho đến khi trộn đều.

97. Hỗn hợp Cappuccino

Thành phần:

- 6 muỗng cà phê cà phê hòa tan
- 4 thìa cacao không đường
- 1 muỗng cà phê quế xay
- 5 muỗng canh đường
- Kem đánh

Hướng

a) Trộn tất cả các thành phần.

b) Để pha một khẩu phần cà phê, hãy sử dụng 1 thìa hỗn hợp và cho vào cốc lớn; đổ 1 $\frac{1}{2}$ cốc nước sôi lên và khuấy đều.

c) Phủ kem tươi lên trên

98. Cà phê Cappuccino Mix

Thành phần:

- 1/2 cốc cà phê hòa tan
- 3/4 cốc đường
- 1 cốc sữa khô không béo
- 1/2 muỗng cà phê vỏ cam khô

Hướng

a) Nghiền vỏ cam khô bằng cối và chày. Khuấy đều tất cả nguyên liệu.
b) Dùng máy xay trộn đều, cho đến khi thành bột.
c) Đối với mỗi khẩu phần:
d) Sử dụng 2 muỗng canh cho mỗi cốc nước nóng.
e) Làm khoảng 2 1/4 cốc hỗn hợp.

99. Cà phê sữa Louisiana

Thành phần:

- 2 cốc sữa
- Đường
- 1 tách cà phê Louisiana

Hướng

a) Cho sữa vào nồi; đun sôi.

b) Đổ đồng thời cà phê và sữa mới pha nóng vào cốc; làm ngọt với đường cho vừa ăn.

100. Cà phê Tây Ấn

Thành phần:

- 3 1/2 cốc sữa nguyên chất
- 1/4 cốc cà phê hòa tan
- 1/4 cốc đường nâu
- 1 chút muối

Hướng

a) Đặt cà phê hòa tan, đường nâu và muối vào cốc của bạn.

b) Đun sữa cẩn thận đến khi vừa bắt đầu sôi. Khuấy để hòa tan.

c) Phục vụ trong cốc nặng.

d) Làm 4 phần ăn.

PHẦN KẾT LUẬN

Có hàng triệu người chỉ đơn giản yêu thích hương vị của cà phê. Hương vị này khác nhau đối với mỗi người uống cà phê vì có rất nhiều hương vị cà phê, cách rang và chủng loại có sẵn trên thị trường. Một số người thích hương vị cà phê đậm đậm trong khi những người khác lại thích cà phê rang nhạt hơn, mịn màng và êm dịu.

Bất kể hương vị ra sao, mọi người đều bị lôi cuốn bởi tách cà phê buổi sáng. Những lý do hàng đầu khiến mọi người uống cà phê cũng đa dạng như các loại cà phê có sẵn để uống. Bất kể lý do tại sao mọi người uống cà phê, nó chỉ đứng sau nước về lượng tiêu thụ và mỗi ngày số lượng người uống cà phê tăng lên đáng kể, thêm vào danh sách những lý do riêng của họ để uống nó.

Nếu bạn là một người đam mê cà phê hoặc một người mới chuyển đổi, cuốn sách dạy nấu ăn này sẽ đi một chặng đường dài để làm sâu sắc thêm tình yêu của bạn với cà phê!

Chúc mừng bia!

www.ingramcontent.com/pod-product-compliance
Lightning Source LLC
LaVergne TN
LVHW010921061026
849535LV00007B/2179
* 9 7 8 1 8 3 6 2 3 9 0 4 8 *